ORIGINALLY IN HINDI

I'm Going to the Zoo!

ઝૂ જોવા ચાલી હું!

BY Narendra Jain PICTURES Alankrita Amaya

લખાણ નરેંદ્ર જૈન ચિત્રો અલંકૃતા અમાયા

TRANSLATION Mamata Pandya અનુવાદ મમતા પંડયા

Tulika

The zoo today I'm going to see,
I'm not scared – why should I be!

ઝૂ જોવા ચાલી હું, આજે છે રજા.
બીક શાની લાગે? આવશે ખૂબ મજા!

Elephant waves his ears at all,
A trunk so long, a tail so small.

હાથીના કાન તો જાણે બે સૂપડી,
લાંબી તેની સૂંઢ, પણ ટૂંકી છે પૂછડી.

Monkey swings from tree to tree,
Cheetah in his cave I see.

ડાળીએ ડાળીએ વાંદરો ઝૂલ્યો,
એક ગુફામાં ચિત્તો મેં જોયો.

Hippo is so big and round,
Frog sits on him and looks around.

જળઘોડો તો કેવો મસ્ત ગોળમટોળ,
ઉપર બેઠો દેડકો કરતો શું ખોળાખોળ?

Giraffe’s neck is oh so long,
Ears in the clouds, body far down!

જિરાફની લાંબી ડોક તાડના ઝાડ સમાન,
ઊભો છે જમીન પર, પણ વાદળમાં છે કાન!

Parrot is yellow, green and blue,
Winks at me and sleeps too.

પીળા, લીલા અને ભૂરા પોપટ ત્રણ હતાં,
ક્યારેક મને જોતાં અને ક્યારેક તે સૂતાં.

The long crocodile I see,
It looks like a rock to me.

મગર જબર લાંબો પડ્યોતો એવો,
મને થયું કે આ પત્થર તે કેવો?

Lion sees me and lets out a roar,
Bear growls more and more!

મને જોઈને સિંહ ભારે ગર્જ્યો,
સાથે સાથે રીંછ પણ ઘૂરક્યો!

The fat rhino chews on grass,
On him sits a crow and caws.

જાડો ગેંડો ઘાસ છે ચાવતો,
તેના ઉપર કાગડો કા કા કરતો.

Tortoise carries his heavy shell,
And Mouse steals, you can tell!

કાચબો ભારે કવચ લઈ ફરતો,
ઊંદર સૌ પાસેથી ચોરી કરતો!

I love the zoo where these animals live,
And I love my house where I live!

મને ખૂબ ગમે છે ઝૂ, આ બધા પ્રાણીનું ઘર,
અને ખૂબ ખૂબ ગમે મને પોતાનું ઘર!

For my dear Disha

– Dadu

I'm Going to the Zoo! / Zoo Jova Chaali Hun! (English-Gujarati)

ISBN 978-93-5046-934-7

First published in India, 2017
Reprinted in 2022, 2023

Originally in Hindi

Published by
Tulika Publishers, 305 Manickam Avenue, TTK Road, Alwarpet, Chennai 600 018, India
email reachus@tulikabooks.com *website* www.tulikabooks.com

Printed and bound by
Lokavani Printers, Chennai, India